சந்தியா
பதிப்பகம்

நிறைய உடுத்திக் கொள்ள ஆசைப்பட்டவனே நிறையக் களைந்துவிடவும் முற்படுகிறேன். நிர்வாணத்திற்கும் அணி தலுக்கும் நடுவில் நிற்கிறது என் ஏதோ ஒரு கவிதையின் நெடிய பசித்த உடல், உண்மையின் துருப்பிடித்த மௌனத்துடன் அந்தப் பக்கம் ஒரு பொய்யும் இந்தப் பக்கம் ஒரு பொய்யுமாக அசைபடுகிற சொற்களின் வாசல் கதவின் முன் நிற்கிறேன். உள்ளே செல்லும் கதவும் வெளியே வரும் கதவும், ஒன்றெனினும் வேறு வேறாக எனக்கு தெரிகிறது. எனக்காக யாரும் கதவைத் திறக்கவுமில்லை. மூடவுமில்லை.

மூன்றாவது முள்

கல்யாண்ஜி

சந்தியா பதிப்பகம்
சென்னை - 83

மூன்றாவது முள்

© கல்யாண்ஜி

முதற்பதிப்பு: 2016

அளவு: டெமி ● தாள்: 60gsm ● பக்கம்: 64
அச்சு அளவு: 11 புள்ளி ● விலை: 75
அச்சாக்கம்: அருணா எண்டர்பிரைஸஸ்
சென்னை - 40.

சந்தியா பதிப்பகம்
புதிய எண்: 77, 53வது தெரு, 9வது அவென்யூ,
அசோக் நகர், சென்னை - 600 083.
தொலைபேசி: 24896979. 98409 52919

ISBN: 978-93-84915-54-4

Moontraavadhu Mul

© **Kalyanji**

First Edition: 2016

Pages: 64

Printed at Aruna Enterprises.,
Chennai - 40.

Published by
Sandhya Publications
New No. 77, 53rd Street, 9th Avenue, Ashok Nagar,
Chennai - 600 083. Tamilnadu.
Ph : 044 - 24896979 98409 52919
Price Rs. 75/-

sandhyapathippagam@gmail.com
sandhyapublications@yahoo.com
www.sandhyapublications.com

முன்னுரை

'கொல்லும் ஒரு நொடியற்ற
காலத்துடன் அல்லவா
ஓடிகொண்டு இருக்கிறது என் கடிகாரம்.
கருணையின் பாடலைப் பாடி அல்லவா
குதித்துக் குதித்துச் செல்கிறது
அந்த மூன்றாவது முள்'

என்று அந்தக் கவிதையை எழுதிமுடித்தவுடன் நான் முடிவு செய்துவிட்டேன். என்னுடைய அடுத்த கவிதைத் தொகுப்பு ஒன்று வரும் எனில், அதனுடைய தலைப்பு 'மூன்றாவது முள்' என்பதே என்று. அது என்னுடைய கவிதையைப் போல அல்லாமல் வேறு யாரோ ஒரு கவிஞனின் குரலில் அமைந்துவிட்டது என்று நினைத்தேன். சில சமயங்களில் வேறு யாரோ போல இருப்பதற்காக ஒரு சந்தோஷம் வந்து போகும். அந்த சந்தோஷம் இந்தக் கவிதையை எழுதியதும் வந்தது. ஆனால் போகவே இல்லை. இதோ அந்தக் கவிதையை உள்ளடக்கிய ஒரு தொகுப்புக்கான முன்னுரையை எழுதும் இன்னேரம் வரை அப்படியே என்னுடன் இருக்கிறது.

விளையாட்டை முடித்து கருகருத்த நேரத்தில் வீட்டுக்கு வரும் சமயம், அல்லது பள்ளிக்கூடத்தில் இருந்து திரும்பும் பாதையில், தெருவிலிருந்து வீட்டு நடை வரைக்கும் இடையே உண்டாகும் தனிமையில் ஒரு சிறுமி அப்படித்தான், தன் ஒரு பாதத்தைத் தரையில் செதுக்கி, மறுபாதம் தூக்கி, மறுபாதம் தரையில் செதுக்கி, முதல் பாதம் உயர்த்திக் குதித்துக் குதித்துச் செல்லும். நீங்கள் பார்த்திருப்பீர்கள். நான் பார்த்திருப்பதால், நீங்களும் பார்த்திருப்பீர்கள் என்று நினைத்துக் கொள்கிறேன். அது அந்த மூன்றாவது முள்ளின் குதிப்பு.

ஒருமுறை மிகுந்த, இதுவரையில் எனக்கு ஏற்பட்ட ஒரு மோசமான உடல் நலிவில் இருந்து மீண்டு, ஒரு ஆழ்ந்த மயக்க

நிலையைவிட்டு விடுபட்டு, மருத்துமனைச் சுவர் முகத்தில் விழித்த நிலையில், என் பார்வைக்கு தற்காலிகமாக ஏற்பட்டிருந்த ஒரு நொடிநேரப் பிசகில் எனக்கு முன் காட்சிப்பட்ட எல்லாம் அந்த மூன்றாவது முள் நகர்வைப் போலத் துள்ளித் துள்ளிச் சென்று, அந்தத் துள்ளலின் ஆனந்தத்தில் நான் திளைத்துக் கொண்டிருந்தேன். 'கொல்லும் ஒரு நொடியற்ற காலத்துடன்' என் கடிகாரம் ஓடியிருக்க, கருணையின் பாடலை அப்போது நான் கேட்டிருக்கக் கூடும்.

வேறு ஒருவருடைய தொகுப்புக்கு முன்னுரையை எழுத அமர்வது போல் என்னுடைய கவிதைகளை நானே ஒவ்வொரு முறையாக, முழுவதும் இங்கு ஒன்றும் அங்கு ஒன்றுமாக வாசித்துக்கொண்டு இருந்தேன். எங்கள் வீட்டுக் கருவேப்பிலை மரத்திலிருந்து எதிர் வீட்டு நெல்லி மரத்திற்கு மாறி மாறிப் பறக்கிற சிறு பறவை ஆகிவிட்ட அந்த வாசிப்பு, இப்போது எங்கள் வீட்டில் நெல்லிமரத்தையும் உங்கள் வீட்டில் கருவேப் பிலையும் வளர்த்து நிற்கிறது. ஒரே கணத்து இரு மரத்துக் கிளைகளிலும் அமரும் சிறு பறவையாகிறது கவிதை.

என்னுடைய கவிதைகளில் நான் ஒரு வரியை எழுதி யிருக்கிறேன். ஒரு வரியை அழித்திருக்கிறேன். தொட்டுப் பார்க்க முடிகிற ஒரு சொல் அதனிடம் இருக்கிறதா என்று நீவுகிறேன். இருக்க வேண்டும் என விரும்புகிறேன். எக் காலத்தில் இருந்தோ இக்காலத்திற்கு நீந்தி வந்துகொண்டு இருக்கும் அந்தச் சொல், என் வாழ்வை ஒப்ப, உடைந்து சிதறாமல், மயிரிழைக் கீறலிட்டு இருப்பதை என்னால் உணர முடிகிறது.

மிகச் சிறியதை மட்டுமே இத்தனை பருவங்களிலும் மிகப் பெரியதில் வைத்து வந்த எனக்கு, இப்போது மிகப் பெரியதை மிகச் சிறியதில் வைப்பது என்பது வசப்பட்டது போல இருக்கிறது. வசப்படுதல் எனும் முழுமையில் வசப்படுத்தும் முனைப்பு காணாமல் போகிவிட, எதையும் எதனிலும் வைப்ப தில்லை என்று தோன்றிவிடுகிறது. சமகாலக் கவிதையின் நிகழ்ப் போக்கோ எதையும் எதனிலும் வைக்கலாம் என்ற விதையிலா வேளாண்மை செய்து, வருடம் முழுவதும் சந்தையில் வீரிய நெல்லிக்காய் குவிக்கிறது.

நான் இன்னும் பூனையாக ஆகிவிட முடியாததால், பூனை வளர்ப்பதென்பது எனக்குச் சிரமமாகவே இருக்கிறது. ஆனாலும் மீன்காரர்களின் சைக்கிள் வரக் காத்திருக்கும் கருப்புப் பூனைகளை எனக்குப் பிடித்திருக்கிறது. எனக்கான

ஒரு மீன் துண்டின் எச்சத்தை இந்தக் கவிதையில் ஒன்று என் முன் வீசிவிடாதா என்று நான் புனித சேவியர் முனையில் காத்துக்கிடக்கிறேன், மாநகராட்சிக் குப்பைத் தொட்டியை விட்டு விலகி, தும்பைச் செடிக்கிடையில் அசையா உடல் பரப்பிக் கிடக்கும் சாம்பல் பூனைக்குட்டியின் கடைசிச் சிரிப்பை இந்தக் கவிதைகள் ஒன்றின் மீசை மயிர்க் கோட்டிழுப்பில் என்னால் வரைந்துவிட முடிந்திருக்கிறதா என்று உற்றுப் பார்க்கும் அவஸ்தையிலிருந்து தப்பிக்க முடியவில்லை.

நிறைய உடுத்திக் கொள்ள ஆசைப்பட்டவனே நிறையக் களைந்துவிடவும் முற்படுகிறேன். நிர்வாணத்திற்கும் அணி தலுக்கும் நடுவில் நிற்கிறது என் ஏதோ ஒரு கவிதையின் நெடிய பசித்த உடல். உண்மையின் துருப்பிடித்த மௌனத்துடன் அந்தப் பக்கம் ஒரு பொய்யும் இந்தப் பக்கம் ஒரு பொய்யுமாக அசைபடுகிற சொற்களின் வாசல் கதவின் முன் நிற்கிறேன். உள்ளே செல்லும் கதவும் வெளியே வரும் கதவும், ஒன்றெனினும் வேறு வேறாக எனக்கு தெரிகிறது. எனக்காக யாரும் கதவைத் திறக்கவுமில்லை. மூடவுமில்லை.

நான் ஒரு அறுப்பு ரொட்டி போல இருக்கிறேன். காய்த்துப் போன என் ஆயுள் ரேகைப் பிளவில் புரண்டுகொண்டு இருக்கிறது ககனம் சுழற்றும் பூ. தாக்குப் பிடிக்க முடியவில்லை. தொண்டையில் உயிர் வறள்கிறது. இரண்டு கைகளிலும் அள்ளி அள்ளிக் குடிக்கத் துவங்கிவிட்டேன் வெயிலை.

'அவனுக்கு' இந்த வெயில் தின்பண்டம் போன்றது.

எனக்கு வெயில் ஊற்றுப் பெருக்கு.

இந்த வெயிலின் ஈரத்தில்தான் கவிதை ஆயிரம் சந்தோஷ இலைகள் விடுகிறது. ஆயிரம் சந்தோஷ இலைகள் விடும் ஷங்கர் ராமசுப்ரமணியனுக்கு இந்தத் தொகுப்பைப் படைக்கிறேன்.

காடு அனைத்தையும் நிரப்பிப் பறக்கின்றன என் களிமண் நிறப் பறவைகள்.

கல்யாணி.சி.

19.சிதம்பரம் நகர்,
பெருமாள்புரம்
திருநெல்வேலி - 627007.
9994431085

04.12.2015

1

உடைந்து சிதறாமல்
மயிரிழைக் கீறலிட்டிருக்கும்
இந்தமுட்டையைப் போல் இருக்கிறது
உடைந்து சிதறாமல்
மயிரிழைக் கீறலிட்டுக் கொண்டிருக்கும்
இந்த வாழ்வும்.

◆

2

முப்பத்து மூன்று வருடங்கள்
வாழ்ந்த வீட்டுப் பிடிமண் எடுத்து
நார்ப்பெட்டியைத் தலையில் சுமந்து
நாயாய்ப் பேயாய் அலைந்தோம்.
எட்டு ஊர்த் தண்ணீர் குடித்து முடித்து
இப்போதுதான் பால்காய்ச்சிய வீட்டில்
பெட்டியை இறக்கிச் சாமி கும்பிட்டு,
கண்கள் கலங்க, ஆவி பதற
உள்ளே எட்டிப் பார்க்கையில்
ஆச்சி இருந்தாள் மஞ்சள் கிழங்காக.
தாத்தா இருந்தார் வெற்றிலைச் சருகாக.
மற்றவை எல்லாம் போயிருந்தது
மண்ணோடு மண்ணாக.

◆

3

சிறு இடைவெளிக்குப் பின் வீடு திரும்புகிறோம்.
துப்புரவு செய்தவர்களால் திறக்கப்பட்டிருந்தன
எல்லாக் கதவுகளும் சன்னல்களும்.
எட்டுத் திசையிருந்தும் புகுந்திருந்த வெளிச்சத்தில்
மூச்சுத் திணறல் துவங்கியது எங்களுக்கு.
அத்துமீறி நுழைந்திருந்த ஒளியை
இருவரும் சேர்ந்து அகற்றவேண்டியது இருந்தது.
சில சன்னல்களை நுட்பமாய்ச் சாத்தியதும்
அவளுடைய இருட்டை அவளால் மீட்கமுடிந்தது.
எனக்குப் போதுமான வெளிச்சத்தை
எனக்குத் தேவையற்ற வெளிச்சத்தை
அனுப்பிவைத்துப் பெற்றுக் கொண்டேன்.
இத்தனை காலம் வாழும் வீட்டில்
எந்த சன்னலை அடைக்க வேண்டும்
எந்த சன்னலைத் திறக்கவேண்டும்
என்பதன் துல்லியம் பிடிபட
எழுபது வயது ஆகவேண்டியிருக்கிறது
எனக்கும் அவளுக்கும்.

◆

4

இரவு கொஞ்சம் போல் மழை.
மணத்தக்காளி என் செல்லச் செடி.
எழுந்ததும் நேரே அதனிடம் போனேன்.
நுணுகிச் சிறுத்த வெள்ளைப் பூக்களில்
பனிவரை நீங்கி இறங்கிவந்த
ஹைமவதி சொகுசாக அமர்ந்திருந்தாள்.
‘ஹேம மாலினி, ஹேம மாலினி’ என்று
அப்போதிருந்து பாடிக்கொண்டு இருக்கிறேன்.

◆

5

கட்டக் கட்ட
தகர்ந்துகொண்டு இருக்கிறது
காமத்திற்கும் மரணத்திற்கும்
இடையிலான கல்பாலம்.
பொங்கிப் புரண்டு
புனலோடிக்கொண்டு இருக்கிறது
கங்கு கரையற்ற
கானல் நதியில்.

◆

6

ரொம்ப நேரத்தினும் ரொம்ப நேரம்
அந்த நாயையே பார்த்துக்கொண்டு இருந்தேன்.
இந்த உலகத்தில் இருந்தே
உதறிக்கொள்ளும் அசைவுடன்
நாய் எழுந்து போகையில்
என்ன ஒரு சாவகாசம்.
அந்த இடத்தில் இல்லாத நாயை
அந்த இடத்தில் இருப்பது போலப்
பார்க்கத் துவங்குகிறேன் இப்போது.

◆

7

பட்டங்கள் விடுவது போல
அந்தப் பெண்களின் கை நூலால்
பறவைகளை வானத்தில்
பறக்கவிட்டபடி இருந்தார்கள்.
இழுப்புக்கும் விடுதலுக்குமாக
ஏறுவதும் இறங்குவதும் ஆயின பறவைகள்.
மாவும் புளியும் அடர்ந்த சாலை,
'கல்லா? மண்ணா?' விளையாடும் குழந்தைகள்,
தாயின் பின்கால்களுக்கு இடையில் புகுந்து
பத்திரப் படுத்திக்கொள்ளும் யானைக்குட்டி
எல்லாம் இருந்த வானத்தின் மேல்
எவ்வி எவ்விப் பறவைகள் பறந்தன.
அப்புறம் இந்தப் பெண்கள் என்னவாயினர்?
அந்தப் பறவைகள் என்னவாயின?
இதற்கு மேல் அப்படி எல்லாம்
விடைகளை எதிர்பார்க்க முடியாது
ஒரு வினோதக் கனவிடம்.

◆

8

ஒரு நொடி கூட ஆகாது.
என் மணிக்கட்டில் ஊரும் பூச்சியைச்
சுலபமாய்க் கொன்றுவிடலாம்.
கொல்லும் அந்த ஒரு நொடி அற்ற
காலத்துடன் அல்லவா
ஓடிக்கொண்டு இருக்கிறது என் கடிகாரம்.
கருணையின் பாடலைப் பாடி அல்லவா
குதித்துக் குதித்துச் செல்கிறது
அந்த மூன்றாவது முள்.

◆

9

ஒரு முத்தத்தை
அது முத்தம் என்று அறியாமலே
இதுவரை எத்தனை
முத்தங்கள் கொடுத்துவிட்டேன்.
முத்தம் இது முத்தம்
என அறிந்த பின்
ஒரு முத்தம் இட்டேன்.
அது முத்தம் போல் இல்லை.
வேறு ஏதோ ஒன்றாக இருந்தது.
ஒரு கேள்வி போல.
ஒருவிடை போல.
ஒரு வரியை எழுதியது போல.
ஒரு வரியை அழித்தது போல.

◆

10

விருந்தாளியின் பையன்களில் சிறிய பையனுக்கு
கதைகள் சொல்வது என் பொறுப்பாக இருந்தது.
அவன் மறந்து விட்டுவிட்டுப் போன
சிரிப்பு முகமூடி ஒன்று
தலையணைக்குக் கீழ் இருந்து
அதற்குக் கதை சொல்லச் சொன்னது.
உடனடியாகப் பதில் சொல்லிவிட்டேன்,
எப்போதும் சிரித்துக்கொண்டிருக்கிற,
எப்போதும் இன்னொரு முகத்தை
மூடுகிற ஒன்றுக்கு
கதைகள் அவசியமில்லை என்று
கதைகள் சொல்வதில்லை என்று.

◆

11

திருமணம் ஒன்றிற்குத் தனியாக நீங்கள்
பைக்கில் போய்க்கொண்டு இருக்கிறீர்கள்.
உங்கள் நண்பர் விவசாயம் செய்கிறவர்.
ஆளுயர மக்காச்சோளக் காடுகள்.
பறவைகளின் பாரம் தாங்கும்படி
முற்றிய கதிர்கள் தணிந்து அசைகின்றன.
காற்றில் பழைய சினிமாப் பாட்டு.
அரக்கு நிறச் சீருடை மாணாக்கர்
ஒன்றியப் பள்ளியில் கடவுள் வாழ்த்துகிறார்கள்.
கேலிசெய்து கிழட்டுச் சேவல் கேறுகிறது.
சைக்கிள் மிதித்துப் போகிறவர் வியர்க்கிறார்.
பின்னால் குறுக்காக இருக்கும் சவப் பெட்டி
சாதிக்காய்ப் பலகையில் செய்தது.
கருப்பு ரிப்பனால் எளிய அலங்காரம் உண்டு.
ஊமத்தம் பூச் செடிகளுக்கு எல்லோரும் ஒன்றுதான்.
கல்யாணவீட்டுக்கு வருகிற உங்களையும்
துக்க காரியமாகச் செல்கிற அவரையும்
பார்த்துவிட்டு அசைவது கருநீலமாகவே.

◆

12

தூரத்தில் யானை வந்துகொண்டிருந்தது.
ஒரு சனிக்கிழமை அதிகாலை வெளிச்சத்தை
அது வகிர்ந்து அசைந்து முன்னேறியது.
யானையைப் பார்க்கும் நொடிவரை
இது எஸ்.ட்டி.சி சாலையாகவே இருந்தது.
நடக்கிறவர்கள் நடந்துகொண்டு இருந்தார்கள்.
பிந்திய வசந்தத்து உதிர் வேப்பம் பழங்களின்
மஞ்சள் தோலை எறும்புகள் மொய்த்தன.
குனிந்து, தன் உலர்ந்துபோன வாழ்வின் மேல்
கோலமிட்டுக்கொண்டு இருந்தார்
அந்தக் கத்தரிப் பூ நிறத் தளர்வாடை நாற்பது.
வெயிலின் நேற்றைய யுத்தத்தில் உருண்ட
நுங்கும் இளநீரும் வாகை மரத்தின் கீழ்.
ஒரு மின்னல் சொடுக்குப் பொழுதில்
சுருண்டு சுழலும் தும்பிக்கை நுனியால்
இளம்சிவப்புப் புள்ளிக் காதுகள் அசைவால்
சாலை அடர்வனம் ஆகிவிட்டது.
பச்சை ரகசியம் நிரம்பிய சில்வண்டுப் பாடலில்
மூழ்கிப் போயின உதிரி வாகன இரைச்சல்கள்.

ஒற்றை யானை தன்னுடன் இழுத்து வரும்
இதுவரை அறியாத மாய வனத்துக்குள்
மற்றொரு தனித்த மிருகமாக நான் நுழைவது
அந்த வனத்திற்குச் சம்மதமா, தெரியவில்லை.
யானையின் கண்களில் எந்த மறுப்பும் இல்லை.
மனிதர்கள் மிருகமாகிறதைப் பற்றி
ஏற்கனவே அது முற்றிலும் அறிந்திருந்தது.
குப்பை சேகரிக்கும் மெலிந்த பெண்
கும்பிட்டுக் கொடுத்த நாணயத்தை
தும்பிக்கையில் வாங்கி இப்போது அது
கொடுத்துக்கொண்டிருப்பது
தலைப்பாகை கட்டிய ஒரு மிருகத்திடம் தான்.

◆

13

ஒரு கவிதையைஇப்போதுதான் எழுதி முடித்தேன்.
வாசித்துக் கூடப் பாத்துவிட்டேன்.
சொற்களை உச்சரிக்க நன்றாகவே இருக்கிறது.
இந்தக் கவிதையின் ஏதாவது ஒரு சொல்லை,
தொட்டுப் பார்க்க விரும்புகிறேன்.
தொட்டுப்பார்க்க முடிகிற சொல்லை
தன்னிடம் வைத்திருக்கிற ஒன்றுதான்
ஒருவேளை என்னுடைய,
அதற்கு அப்புறம் எழுதுவது ஒருபோதும்
அவசியமில்லாமல் செய்கிற
கவிதையாக இருக்கலாம்.

◆

14

யாருமே அற்ற, பாறை மினுங்கும் பிற்பகல்.
வழக்கமாக குளிக்கும் படித்துறையில்
வெயிலுடன் அமர்ந்திருக்கிறேன்.
எதிர்க்கரையின் நாணல் பூ தூரத்தில்
வலக்கண் ஓரத்திலிருந்து
இடக்கண் ஓரம் வரை கோடிழுத்து
ஒற்றை நாய் ஒன்று ஓடுகிறது.
அது நாய் தானா, தெரியவில்லை.
இது நதி தானா தெரியவில்லை.
நான் நான் தானா தெரியவில்லை.

◆

15

நேற்றைய வானம் எனக்கு அளித்த
பரிசுப் பொட்டலத்திலிருந்து
வலசைப் பறவைகள் சிறகடித்துப் போயின.
இன்றைய வானம் யாருக்கோ அளிக்க
ஒரு மௌனம் போன்ற நீலவானத்தை
ரிப்பன் கட்டி வைத்திருந்தது.
பிரிக்காத பரிசுப் பொட்டலங்களுக்குள்
எனக்கு விருப்பமான ஒரு இசைத் தகடு
சுழன்றுகொண்டு இருப்பதாக
எப்போதும் உணர்கிறேன்.
பஞ்சுநிற மேகங்களின் நகர்வில்
நான் லயிக்க முடிவது
அவை அந்தப் பாடலை
முணுமுணுத்தபடியே செல்வதால்தான்.

◆

16

அம்மாவின் ஐம்பத்து ஆறாம் வயதில்
எனக்கு முப்பத்து ஐந்தாம் வயது.
அழுதுகொண்டு தனியாக அமர்ந்திருக்கும்
அம்மாவைப் பார்ப்பது அதுதான் முதல் முறை.
ஏன் அழுகிறாய் என்று நான்
கேட்கக் கூடாது என்றும்
ஏன் அழுகிறேன் என்று அவள்
சொல்லமாட்டாள் என்றும் தோன்றியது.
'சலவைக்குப் போன உருப்படிகள் வந்துவிட்டதா?'
அவள் முகம் பார்க்காமல் என்னுடைய கேள்வி.
'ஒரு உருப்படி மட்டும் பாக்கி'
இருளிலிருந்து உருவிய குரலில் அவள் பதில்.
ஒரு துயரம் கனத்த கணத்திற்குப் பின்
எங்களுக்குள் நடந்த உரையாடல்
இப்படித்தான் இருந்தது
ஒரு சீக்காளியின் மூத்திர வாடை போல.

◆

17

பேருந்துக்காகக் காத்திருப்பவர் இல்லை.
சிந்தாமணி அக்கா கடை முன் உதிரும்
நாவல் பழம் பொறுக்கக் குனியவில்லை.
நிர்வாணத்திற்கும் அணிதலுக்கும் நடுவில்
நின்றது நெடிய பசி நீத்த உடல்,
தன்னிச்சையாக வளர் மயிரின்
தீவிரம் படர் புழுதிக் கன்னம்.
எச்சில் வழிந்து ஒழுகும் வாயுடன்
தென் திசை பார்த்து ஓயாச் சிரிப்பு.
கடந்தவன் தானே கடவுள் என்பதால்
கும்பிட்டு நானும் கடந்து போனேன்.

◆

18

உங்களைப் பல தடவைகள் பார்த்திருக்கிறேன்.
தபால் பெட்டியில் கடிதம் இடுபவராக,
ஆதார் அட்டை வரிசையில் நிற்பவராக,
மீன் வியாபாரியிடம் சிரித்துப் பேசுபவராக,
மழையில் வாகனம் ஓட்டிச் செல்பவராக,
கண்மருத்துவ மனையில் சோதிக்கப் படுபவராக,
மரணவீட்டில் நாற்காலியில் குனிந்திருப்பவராக,
புதிய சுவரொட்டியை ஆர்வமாக வாசிப்பவராக,
கீழே விழுந்த கைக்குட்டையை எடுத்துக் கொடுப்பவராக,
தலைக் கவசம் அணியாமல் காவலரிடம் கெஞ்சுபவராக,
பலூன் விற்பவரிடன் நீல பலூன் வாங்குபவராக...
இவ்வளவு இடங்களில் பாத்திருக்கிற என்னை
எங்குமே பார்க்காதது போல் உங்களால்
போக முடிவது எப்படி

◆

19

இன்னொரு நாள் என்னை உற்றுப் பார்க்கிறது.
சன்னல் கதவை வெயில் தட்டுகிறது.
ஒன்றும் சிரமமில்லை.
மாத்திரைகள் வடிவமாகிவிட்ட படுக்கையிலிருந்து
வேப்ப இலைகளின் ஆனந்தக் கூத்தை
விருப்பக் காற்றின் மெல்லிய இசையை
துளை நீங்கும் மண் புழுவை
தொடர்மலையிடை வீழும் அருவியை
ஒன்றினுள் ஒன்று செருகிய செம்பருத்தி இதழ்களை
பேரன்பின் நரைமயிரால் முறுக்கிய தாத்தா மீசையை
அம்மா முன் எரிந்த விறகு அடுப்புத் தீயை
என் மகள் உபயோகித்த ஆங்கில அகராதியை
என்னுடைய அந்த 'மூன்றாம் முள். கவிதையை
உன்னுடைய பற்றிக்கொள்ளும் ரசவாதக் கையை
எதை வேண்டுமானாலும் இப்போது
கற்பனைசெய்து கொள்வேன் ,
வாதையின் கூடாரத்தில் இருந்து மீண்டும் சொல்கிறேன்
எந்தச் சிரமமும் இல்லை.

◆

20

யார் தந்த அகல் இது?
இவ்வளவு காலத்தின் காற்றிலும்
அணையாமல் காப்பாற்றி வந்துவிட்டேன்
அதுவே அழைத்துவந்த படகுக் கரைக்கு.
என்னை மட்டுமே ஏற்றிச் செல்கிற
படகோட்டிப்பெண் ஒருத்தி வர
இருட்டும் வரை காத்திருப்பேன்.
துடுப்பின் முதல் பிளவு
நீரில் உண்டாக்கும்,'க்ளக்'கில்
சிலிர்த்து எண் திசை தெறிக்கும் என் உயிர்.
அவளுடைய மொழியில் அவள் பாடுகையில்
ஹரிக்கேன் விளக்கின் ஒளிநாக நாக்கு
நடுங்காமல் படமெடுத்து நடு நின்றாடும்.
பாடலில் உருகி வழியும் என்னுடைய
மொத்த தைலத்தை அகலில் வார்ப்பேன்.
ஓடாதது போல ஓடுகிற நதியில்,
மிதக்காமல் மிதக்கும் கேசரி நிறப் பூ ஒன்று
சுழிக்காமல் சுழிக்கும் ஓரிடம் காட்டும்.
ஒரு பக்கம் முலை விலகித் துடுப்பிடும்
சிவனொரு பாகியை வணங்கி
வயிறு எக்கிக் குனிந்து
முதலில் ஒளிரும் அகலை விடுவேன்.
அப்புறம் என்னையும்.

◆

21

வெயிலில் காயவைத்த தானியமாக
விரிந்து கிடக்கும் தரையில்
தன்னை இணைத்துக் கொள்கிறது
புதியதோர் புங்கை உதிர் பூ.
மின் கட்டணக் கடைசி நாள் வரிசையில்
அலுக்காமல் காத்து நிற்கும் வயசாளி
கொத்தித் தின்னும் பறவை போலப்
பார்த்து நிற்கிறார் பழுத்த கண்களால்.
குனிந்து எடுத்த ஒரே ஒரு பூ
உள்ளங்கையில் இப்போது.
உற்றுப் பார்க்க, உற்றுப் பார்க்க
ஒரு பேருலகம் போல விம்மி
காய்த்துப் போன ஆயுள் ரேகைப் பிளவில்
புரண்டுகொண்டு இருக்கிறது
ககனம் சுழற்றும் பூ

◆

22

திரிந்தலைந்து வந்துவிட்டேன்
திருமோகூர்க் குளத்திற்கு.
இடவும் இல்லை.
ஏற்கவும் இல்லை.
தெப்பச் சதுர நீருள் கால் அமிழ
திசை மறந்து அமர்ந்திருக்கிறேன்.
தொப்புள் குழிப் பசிக்கும்
செப்புத் தாமரை மொக்குக்கும் இடையில்
மீன்குஞ்சுத் திருக்கூட்டம்
எக்காலத்திலிருந்தோ
நீந்தி வந்துகொண்டு இருக்கின்றது
இக்காலத்திற்கு

◆

23

வீட்டுக்கு யாரோ புதிதாக
வந்திருப்பார்களோ என்று தோன்றியது.
யாரும் வந்திருக்கவில்லை.
வீட்டிலிருந்து யாரும் வெளியே
போயிருப்பார்களோ என்று தோன்றியது.
யாரும் போயிருக்கவில்லை.
யாரும் வந்திருக்காத
யாரும் போயிருக்காத ஒரு வீட்டுக்குள்
போய்வந்து கொண்டிருக்கிறேன்
பொழுதெல்லாம்.

◆

24

மிகச் சிறியதையெல்லாம்
மிகப் பெரியதில் வைத்தபடி இருந்தேன்/
ஒரு நாள் வசப்பட்டது
மிகப் பெரியதை
மிகச் சிறியதில் வைப்பது.
எதையும் எதனிலும்
வைப்பதில்லை என்றாயிற்று
அதன் பின்னர்.

◆

25

மருத்துவ மனையில் இறந்துபோனவருக்கு
மாற்று உடைகள் எடுக்க வந்திருக்கிறோம்.
அழுதுகுலுங்குகிறவர் சாவியைக் கொடுத்து
என்னைத்திறக்கச் சொல்கிறார்.
நீண்ட சாவியை நுழைத்துத் திருப்ப
தாழ் அவிழ்ந்து திறக்கும் மெல்லோசை
எனக்குள் விழுகிறது நுட்பமான துக்க இசையாக.
அருகில் நிற்கிறவர் கண்ணீரைத் தாண்டி
எங்கோ ஒரு நொடி காணாமல் போனவன்
மறுநொடி திரும்பி நுழைகிறேன்
திறந்து கிடக்கும், மரண வீட்டினுள்.

◆

26

தாகமாக இருந்தது.
தாங்க முடியாத உக்கிர வெயில்.
கையளவு அருந்திவிட்டால் போதும்.
ஆலம் விழுது வெயிலைத் துளாவியது.
ஆளற்ற தூரத்துத் தண்டவாளத்தில்
கூவிக்கொண்டு போனது வெயில் ரயில்.
வெயிலைப் பார்த்துக் குரைத்தது கருப்பு நாய்.
கிழட்டு எருமை வெயிலை அசைபோட்டு
வாலால் நடுப்பகலைத் துடைத்தது.
கருநீலச் சிறுமலர் மேலொரு
வெயிலின் சொட்டு சிந்தியிருந்தது.
தொண்டையில் உயிர் வறண்டது.
தாக்குப் பிடிக்க முடியவில்லை.
இரண்டு கைகளிலும் அள்ளி அள்ளி
குடிக்கத் துவங்கிவிட்டேன், வெயிலை.

◆

27

திரும்பவும் கேட்டேன்,
'வீட்டுக்குப் போகிற வழி
மறந்துவிட்டதா ஐயா?'
மறுபடியும் சொன்னார்,
'வீடு மறந்துவிட்டது, சாமி".
மறந்து போன வீட்டிற்கும்
வழி மறந்த வீட்டிற்கும்
இடையில் திகைத்து நிற்கிற
எங்கள் இருவரையும் தாண்டி
அவரவர் வீடு நினைவு வந்து
அவரவர் வழித்தடம் கண்டு
ஏகியபடி இருந்தனர்
எவர் எவரோ.

◆

28

ஒவ்வொரு நாளும் நீங்கள் ஓடி ஓடித்
தப்பிக்க வேண்டியது இருக்கிறது.
ஒவ்வொரு நாளும் உங்களை யாரோ
கொல்வதற்கு வருகிறார்கள்.
ஒவ்வொரு நாளும் உங்களைச் சாய்க்க
ஒரு தொழுத கைப்படை
உங்களைத் துரத்துகிறது.
சிரிப்புகளின் புற்றோரம் இருந்து
இன்று நான் பொறுக்கி எடுத்திருக்கும்
கருத்த பறவையின் இறகு கூட
உங்களின் அடிவயிற்றில் பாய்ச்சத்தான்.

◆

29

ஒரு சிறு பறவை
எங்கள் வீட்டுக் கருவேப்பிலை மரத்திலிருந்து
எதிர் வீட்டு நெல்லி மரத்திற்கு
மாறி மாறிப் பறக்கிறது.
இப்போது எங்கள் வீட்டில் நெல்லிமரமும்
எதிர்வீட்டில் கருவேப்பிலையும்
வளர்ந்துகொண்டு இருக்கிறது
மாறி மாறி.

◆

30

ஒரே தெருவுக்குள் வீடு மாற்றல்.
தோள்ச் சுமையாகப் போகிறது
கால கால மரக் கட்டில்.
அருவமாக அசைகிறார்கள்
ஆதியும் பகவனும் சயனகோலத்தில்

◆

31

பகடி செய்.
பகடி முக்கியம்.
பகடியே வாழ்வு.
'பகடியே கலை'
திருப்பித் திருப்பிச் சொல்லி
மூச்சுத் திணறும் படி
தண்ணீர்த் தொட்டிக்குள்
முகத்தை அழுத்துகிறார்கள்.
கண்ணாடியாகத் ததும்புகிறது தண்ணீர்.
கல்தொட்டி குளிர்ந்து கிடக்கிறது.
பச்சைப் பாசி வாசம் அழைக்கிறது.
பழுத்த இலை வழுவழுத்து மிதக்கிறது.
கடைசித் திணறலின் கொப்புளங்களும்
அழகான அடுக்கில் மேலேறுவது தெரிகிறது.
என் செய்வேன் ஐயன்மீர்?
என் செய்வேன் நான்?

◆

32

அலகால் கதவைத் தட்டிய பறவை கேட்டது
'உன் வீட்டில் தங்கிக் கொள்ளவா
இன்றிரவு மட்டும்?'
சாப்பாட்டுத் தட்டிலிருந்து எழுந்து,
எச்சில் கையைக் கழுவியபடி கேட்டேன்
'ஏன், உன் கூடு என்ன ஆயிற்று?'
என் தோளின் மேல் வந்தமர்ந்து,
'உன் கூட்டில் தங்கிக் கொள்ளவா
இன்றிரவு மட்டும்? எனக் கேட்டு
மரத்தடியில் நிற்கிறவள் உன்
மனைவியாகத்தான் இருக்கும்'
மிக அமைதியாகக்
காதில் சொன்னது பறவை.

◆

33

உங்களிடம் பணிவன்புடன் கேட்டுக்கொள்கிறேன்
உள்ளே வரும் கதவை வேண்டுமெனில்
பூட்டிக்கொள்ளுங்கள்.
வெளியே போகும் கதவை எப்போதும்
திறந்தே வைத்திருங்கள்.
இரண்டும் ஒன்றுதானே என்று
என் மேல் சினம் கொள்ளாதீர்கள்.
இரண்டும் வேறு வேறாகத்தான்
எப்போதும் இருக்கிறது எனக்கு.

◆

34

ஒட்டிக்கொண்டு பறந்த
பட்டாம் பூச்சி இரண்டையும் பார்த்தார்
மூக்குத்திக்கார முதிய பெண்.
நரையொதுக்கிக் காதோரம் செருகி
தினசரி வாசிக்கும் முதியவரைத் தொட்டார்.
மூக்கு நுனிக் கண்ணாடி திரும்பி
பட்டாம்பூச்சிகளின் திசை பார்த்தது.
எட்டுத் திக்கிலும்
ஏழேழு லோகத்திலும்
ஒட்டிப் பறந்து கொண்டு இருந்தார்கள்
இருவரும் அக்கணம்.

◆

35

அக்கா நான்கு பேர். தம்பி இரண்டு.
கடைக்குட்டிப் பயலுக்குக் காய்ச்சல்.
அப்பா அறுப்பு ரொட்டி வாங்கி வந்து,
அவனுக்கும் கொடுத்து
எங்களுக்கும் கொடுத்தார்.
மொத்தத்தில் எங்கள் ஆறு பேருக்கும்
காய்ச்சல் வந்தது போலவும்
நாங்கள் எல்லோரும் ஒரே ஒரு
அறுப்பு ரொட்டி போலவும் இருந்தோம்.

◆

36

மடியில் ஒரு குட்டி அப்பியிருக்க
கிளைக்குக் கிளை
கிளைக்குக் கிளை
சாவிலிருந்து வாழ்வுக்கு
சாவிலிருந்து வாழ்வுக்கு
தாவித் தாவி
தப்பித்துத் தப்பித்து
பதறி ஓடுகிறது
பாபநாசத்துக் குரங்கு.
'பாவி, என்னை இப்படித்தானே
பதங் குலைய வச்சான்'
எனக்கு முன் இருந்த பெண்
வாய்விட்டுக் கதறி
இடுப்புக் குழந்தையோடு அழுகிறாள்.
பேருந்தில் இருந்து பார்க்க முடிகிறது
பேராறு தீராமல் ஓடுவதை.

◆

37

இடையில் ஏதாவது இருக்கட்டும்.
ஒரு ஊடு திரை
ஒரு வெம்பாப் பனி
ஒரு சாம்பிராணிப் புகை
ஒரு கண்கலங்கல்
ஒரு சிறு சந்தேகம்
ஒரு அவநம்பிக்கை ரேகை
ஒரு கேள்வி
ஒரு விசாரணை
ஒரு அதிகமற்ற தூரம்
ஒரு தப்பித்தல்
ஒரு மூச்சுவாங்கல்
ஒரு சுதந்திரம்
ஏதாவது ஒன்று சன்னமாக
நமக்கு இடையில் இருக்கட்டும்.
நாம் அப்போது ஒருவரை ஒருவர்
இதைவிடவும் இடைவிடாமல்
தேடிக்கொண்டு இருப்போம்
ஏதோ ஒன்றுக்கு அப்பால் நாம்
இருப்பதாக.
இன்னும் ஏதோ ஒன்றை
ஒருவரை ஒருவர் அடையவேண்டியதாக.

◆

38

நீ என் மகன்.
அமுதுண்ணும் நெகிழ்வில்
ஆங்கொரு காம்பு கடிக்க
அனுமதி உண்டு உனக்கு.

நீர் என் ஆண்.
கலவிப் பித்தில்
கைகொண்டு அளையவும்
நகக்குறி இடவும்
நான் உன்னை அனுமதிக்கிறேன்.

நீர் எம் மக்கள்.
புடைத்தன பார்ப்பது உம்
புழுதிப் போக்கு.
அனுமதி கோராத
ஆதிப் பிறழ்வு.

ஆயின்
என் முலை திருகி
எவர் மேலும் எறிய
எவர்க்கும் அனுமதி இல்லை/
அது என் அறம்.
அது என் சீற்றம்.

◆

39

நீங்கள் பூனை வளர்த்தவரில்லையா?
முதலில் உங்களைப் பூனையாக
எண்ணிக்கொள்ளுங்கள்.
முதன்முறையாக உங்கள் குட்டிகள்
நீங்களின்றித் தானாக
இரைதேடி போயிருப்பதாக,
திரும்பிவந்திருக்கவேண்டிய நேரம்
தாண்டிவிட்டதாக நினைத்துக்கொள்ளுங்கள்.
எந்தக் கூச்சமும் இன்றி ஆழமாக
இதுவரையிலான பூனைக்குரல்களின்
திரட்சியாகக் கூப்பிடுங்கள்.
விரைத்துத் திரும்பும் உங்கள் காதுகளில்
உங்கள் சோனிக் குட்டியின் குரல்
விழுகிறதா எனக் காத்திருங்கள்
இந்த உலகின் கோடிக் குட்டிகளின்
கோடிக் கூப்பிடுதலில் இருந்து
உருவிய தனிக்குரலுடன் மௌனத்தடத்தில்
ஒவ்வொன்றாக அவை உங்கள்
அடிமடி தேடி வருவதை உணர்வீர்கள்.
சுரக்கும் காம்புகளுடன் இப்போது ஒரு
தாய்ப் பூனையாகவே ஆகியிருப்பீர்கள்.
பூனை ஆன பின்
இனிமேல் உங்களுக்கு
பூனைகள் வளர்ப்பதில் சிரமமே இல்லை.

◆

40

இந்தப் புகைப்படத்தை
நீங்கள் குப்பையில் எறிந்திருக்கக் கூடாது.
அவர் இறந்தவராக இருக்கலாம்
காணாமல் போனவராக இருக்கலாம்.
உங்களால் துரத்தப்பட்டவராக இருக்கலாம்.
உங்களுக்குப் பிடிக்காதவராக
உங்களால் சகித்துக்கொள்ள முடியாதவராக
உங்களுக்கு வேண்டாதவராக இருக்கலாம்.
உங்களை வதைத்தவராக
உங்களைச் சிறுமைப்படுத்திவராக
உங்கள் முதுகில் குத்தியவராக இருக்கலாம்.
உங்களைப் புறக்கணித்த தந்தையாக
உங்களைச் சந்தேகித்த கணவனாக
உங்களைக் கைவிட்ட மகனாக இருக்கலாம்.
உங்களின் பங்கை அபகரித்தவனாக
உங்களின் உரிமையை மறுத்தவனாக
உங்களை அற்பமாக ஏமாற்றியவனாக இருக்கலாம்.
நீங்கள் விரும்புகிறவரின் வெறுப்புக்குரியவராக
நீங்கள் வெறுக்கிறவரின் விருப்பத்திற்குரியவராக
நீங்கள் என்ன செய்வது எனத் தெரியாதவராக
இருக்கலாம் அவர்.
அதற்காக அவருடைய புகைப்படத்தை
எறிந்திருக்கக் கூடாது குப்பையில்.
அந்தப் புகைப்படத்தை அவர்
மிகுந்த விருப்பத்துடன் எடுத்திருக்கலாம்.

அந்தப் புகைப்படத்தை எடுத்த தருணம்
அவருடைய மிக நல்ல ஒன்றாக இருக்கலாம்
அந்தப் புகைப்படத்தை எடுத்தவன்
அந்தக் கண்களில் இவ்வளவு நிறைவைக் கொண்டுவர
பெரும் பிரயாசைப் பட்டிருக்கலாம்.
ஒருவேளை அது அவர் எடுத்த

ஒரேஒரு படமாக இருக்கலாம்.
எல்லாவற்றையும் விட
அந்தப் புகைப்படத்துக்காரனுக்கு
ஒரு வாழ்வு இருந்தது.
ஒரு முகம் இருந்தது.
அவனும் நம்மிடையேதான் இருந்தான்.
அவனை அப்படி நாம் எறிந்துவிட முடியாது.

◆

41

கடவுளை வரைந்து பார்ப்பதாக
ஒரு ஏற்பாடு எங்களுக்குள்.
ஏற்கனவே நான் கோட்டுச் சித்திரக்காரன்.
வண்ணங்களை நெருங்க விடாமல்
என் கடவுளைத் தூரத்தில் வைத்தேன்.
முகமற்றவனுக்குக் கலைஞன்
காட்டும் சலுகையாக,
முகத்தை மட்டுமே வரைந்தேன்.
கடவுளை வரைய அப்படி என்ன
நேரம் ஆகப் போகிறது?
அதிலும் பூஜ்யம் போலொரு முகம்
கண்ணோ, மூக்கோ, காதோ இன்றி.
மிகச் சுலபமாக வரைந்துவிட்டேன்.
மிகச் சுலமானவன் தானே
என்னுடைய கடவுளும்.

◆

42

கடலைப் பற்றி எழுதிய கவிதைக்குப்
பரிசளித்தார்கள் எனக்கு.
யானைத் தந்தத்தில் செய்த
யானை அது.
யானைத் தந்தத்தில் செய்த
யானைக்கும் தந்தம் இருந்தது.
யானைத் தந்தத்தில் செய்த
யானைக்கும் இருந்த தந்தத்தின் நுனியில்
உலராது இன்னும் பிசுபிசுத்தது
துப்பாக்கி ரவை துளைத்துத்
துவண்டு சரிவதற்கு முன்
பிளிறிக் காடதிரச் சமராடி
குத்திச் சரித்த கொம்பனின்
கொம்பு நுனி ரத்தம்.
வெதுவெதுக்கும் ரத்தம் துடைத்து
தந்தத்தில் செய்த யானையை
மூலத் தந்தத்தில் இணைத்தேன்.
தந்தத்தை வனக் கொம்பனின்
கடைவாயில் பொருத்தினேன்.
கொம்பன் தும்பிக்கை அசைத்து
ஏகியது ஈத்தங்காட்டுக்குள்.
இப்போது, வெள்ளிக்கிழமை காலைகளில்
உப்போ உப்பு என்று கூவி
உங்கள் தெருக்களில் விற்றுப் போவது
நான்தான்.

◆

43

இந்த சாலையோர தேநீரகத்தின்
நேற்றைய கடைசி வாடிக்கையாளனாக,
இன்றைய முதல் வாடிக்கையாளனாக
இருக்கக்கூடும் நான்.
யாரும் அமராத வெற்று நாற்காலிகளும்
கருப்பு வெள்ளைக் கிழட்டுப் பூனையும் அழைக்க
இந்த மேஜையில் உட்கார்ந்தேன்.
கண்ணாடி டம்ளரில் உயரமான தேநீர்
கெட்டியாகத் தரச்சொல்லிக் காத்திருந்தேன்.
நீ அப்படியா என்று நிதானிக்க முடியவில்லை.
உன்னிடம் விடைபெற்றுப் போன இருவரும்
துயரம் உறைந்த திருநங்கைச் சிரிப்பு உடையவர்களே.
உன் கூந்தல் உலர்ந்தும் நீளமாகவும் இருந்தது.
முதலில் வேறொரு மேஜையைத் தேர்ந்தெடுத்தவள்
மறுபடி என் எதிர் நாற்காலிக்கு வந்தாய்.
பச்சை நிற சிறுபூச்சிகள் மொய்க்கும்
குழல் விளக்கை ஏறிட்டுப் பார்த்தாய்.
கைப்பையில் இருந்து எடுத்த,
ஏற்கனவே படிக்கப்பட்ட கசங்கல்கள் உள்ள
நீலக்கடிதத்தை மீண்டும் படிக்கத் துவங்கினாய்.
இப்போது என் முன்னால் வைக்கப்பட்ட
சலனம் அற்ற, ஆளுயரத் தேநீரை
உன்னுடன் பகிர்ந்துகொள்ளத் தோன்றுகிறது.
உன் பெயர் தெரிந்திருந்தால், அதைச் சொல்லி
'அழாதே, அழாதே' என்று தேற்றியிருப்பேன்.
ஒரு முத்தம் இடுகிற நேரத்துக்குள்
அப்படியொன்றும் தேநீர் ஆறிவிடாது.

◆

44

இன்று எனக்காக
இசை ஒரு எம்.கே.ட்டி பாடுவான்.
இன்றிரவு எனக்கு
மறுபடியும் பைத்தியம் பிடிக்கும்.
இன்று என் கனவில்
எங்கள் அம்மாச்சி வந்து ஆசீர்வதிப்பாள்.
இன்று என்னை ஒருவர்
காப்பாற்றமுடியாமல் கொல்வார்.
இன்று ஒரு ஆட்டுக்குட்டி
பின்னால் நான் போய்க்கொண்டிருப்பேன்.
இன்று நான் விழுங்கிய பேரீச்சை விதை
என் தொப்புளில் முளைத்திருக்கும்.
இன்று நான் ஒரு கவிதை எழுதுவதால்
எப்படியெல்லாம் தான்
நான் நினைத்துக்கொள்ள முடிகிறது.

◆

45

அவசர உபயோகத்திற்கான வனப் பாதை.
கோடை மழையில் சருகுகள் முனங்கும்
அழுகல் வாடை நிரம்பியது.
தூரத்திலேயே உணர்ந்துவிட்ட
கலவிக் கந்தம் பரவும் காற்று.
வாகனத்தை நிறுத்தியாயிற்று.
இயங்கிப் பெருந்தவிப்புடன் ஒன்றிப்
பிணைந்து நிற்கும் ஆதி நிலை.
சிற்பம் கலைந்து நாற்கால் ஊன்றி
இருளில் பற்றி எரியும்
ஒற்றை உறுமல் வால்சுழற்றி
எங்கோ போக,
சக்கரங்களை மீண்டும் நகர்த்தியபோது
அது வேறு ஒரு பாதையாகி இருந்தது.
ஒரு கணப்பு முன்னால் அமர்ந்து
வெதுவெதுத்திருந்தது காடு.
இவ்வளவு அமைதியான ஓட்டுநனாக
இதற்கு முன் நான் இருந்ததே இல்லை.

◆

46

'என் ரகசியங்கள் எதையும்
உன்னிடம் பகிர்வதற்கில்லை.
தூர வெளி செல்வேன்.
மரப் பொந்துகளிடம் சொல்வேன்.
களிமண் பூசி வந்தபின்
காடு சொல்லாது யாரிடமும்'.
ஒளிரும் திரையில் எனக்காகவே
உதடசைத்தது ஒரு பாத்திரம்.
உடன் கீழ்ப்படியத் தோன்றிற்று.
என் அத்தனை ரகசியங்களையும்
அரங்கத்தின் இருளில் மடித்து
ஒற்றைப் பொட்டலம் ஆக்கினேன்.
நான் அறிந்த மலைகளை
நிழல் உணர்ந்த தருக்களை
தீ உண்ணல் தவிர்த்தேன்.
இன்னொரு தொடர் மலை,
மற்றொரு அடர்வனம் அது.
உருமித் திரண்டெழும்
உட்சூறையில் மூச்சிரைக்க
அண்டபேரண்டப் பட்சி ஒன்றின்
முதல் எச்சத்தில் முளைத்த
ஆதிப் பெருமரம் தேர்ந்தேன்.
நெருங்க, நெருங்க நெருங்க
நெடு மரம் முழுக்கத் துளைகள்.
வெளிவந்து சிறகடித்து
காடு அனைத்தையும் நிரப்பின
களி மண் நிறப் பறவைகள்.

◆

47

ஒரு கவிதையை
அதன் மூன்றாம் பத்தியில் இருந்து
வாசிப்பது போல இருந்தது
ஆலங்கட்டிகள் முந்திய தினம் விழுந்த
ஒரு பிற்பகலில் நாம் சந்தித்தது.
நான் உனக்கான தேநீரைக்
கொதிக்கவிட்ட போது
நீ என் அறையின் மீன் தொட்டிக்குத்
தண்ணீர் மாற்றிகொண்டிருந்தாய்.
நீ தேநீர் பருகும்போது
முற்றத்தில் உதிர்ந்த இலை மேல்
ஊர்ந்தபடி இருந்த புழுவுடன் காட்டினேன்.
மழை தினங்களில் அணிந்த
என் காலணி ஜோடியில் படர்ந்திருக்கும்
பூஞ்சாண் குறித்து நீ பேசத் துவங்குகையில்
உன்னை முத்தமிடும் இச்சை
எனக்குக் கனன்று வந்திருந்தது.
இலையை விட்டு இறங்கிய புழு
இப்போது நகர்ந்துகொண்டிருந்தது
வாசிக்காமல் விட்ட கவிதையின்
முதல் இரு பத்திகளின் மேல்.

◆

48

இன்னுமா இருக்கிறது
பிணம் தூக்கிக் காடேகும் போது
காசுகள் எறியும் பழக்கம்?
என்ன கெட்டுப் போயிற்று என்று
மூன்று நான்கைக் குனிந்து எடுத்தேன்.
எல்லாம் அப்போது பூத்த பூ போல.
நாணயச் சாலையை நீங்கா மினுமினுப்பு.
ஒன்றைக் கொடுத்து
வெள்ளரிப் பிஞ்சு வாங்கினேன்.
அதே நீர்மையின் நித்திய ருசி.
இன்னொன்றிற்குப் பெற்றது
ஒரே ஒரு நாகலிங்கப் பூ.
பீறிட்ட வாசனையில் பெம்மான் சிவன்.
எஞ்சிய இரண்டில் ஒன்றை
விரல்களின் முதல் கணுக்களைத்
தொலைத்தவருக்கு இட்டேன்.
எதிரொலித்தது 'யேசப்பா' எனும் குரல்.
ஒன்றே ஒன்றை வைத்திருக்கிறேன் என்
கடைசி நெற்றியின் நடுவிற்கு

◆

49

'இந்தப் பைத்தியக்காரர்
எங்களுக்குத் தேவைப் படுகிறார்'
நீங்கள் இப்படிச் சொல்வதை
எங்கோ கேட்டது போல இருக்கிறது.
தேவைப்படுகிற பைத்தியக்காரர்களைத்
திருப்பித் தருவதற்குத்தான்
மனநல மருத்துவர்கள் அதிகம் தயங்குகிறார்கள்.
தேவையுள்ள பைத்தியக்காரனுக்கு
மருத்துவம் செய்வதை இழக்க
அவர்கள் சம்மதிப்பதே இல்லை.
தேவையில்லாத எட்டுப் பைத்தியக்காரர்கள்
வைக்கப்பட்டிருக்கும் அந்தரத் தராசின்
எதிர்த்தட்டைத் துளசியைப் போல்
ஒரே ஒரு தேவைப்படும் பைத்தியம்
சமன்செய்துவிடும் என்பதை அவர்கள்
மூன்றாம் பிறை வெளிச்சத்தில் அறிந்திருக்கிறார்கள்.
வேண்டுமானால் பாருங்கள்.
எவ்வளவுதான் நீங்கள் கேட்டாலும்
என்னை அவர்கள் வெளியே விடவே மாட்டார்கள்.

◆

50

பழைய சேலை கேட்டு ஒருத்தி
வாசலுக்கு வெளியே நிற்கிறாள்.
கூடுதல் அனுதாபத்திற்காக
எல்லாம் வெள்ளத்தில் போய்விட்டதாக
ஒரு பொய் சொல்கிறாள்.
வாசலுக்கு உட்புறம் இருப்பவர்கள்
இன்னொரு தடவை வந்தால்
தருவதாகச் சொல்கிறார்கள்.
தங்கள் கருணையை மெய்ப்பிக்க
இப்போதுதான் அனாதை விடுதிக்குக்
கொடுத்தோம் என்று
ஒரு பொய் சொல்கிறார்கள்
அந்தப் பக்கம் ஒரு பொய்யும்
இந்தப் பக்கம் ஒரு பொய்யுமாக
அசையாமல் இருக்கிறது வாசல் கதவு
உண்மையின் துருப்பிடித்த மௌனத்துடன்.

◆

51

அந்தக் குதிரையை நீங்கள் கவனித்தீர்களா?
வலது பக்க முன்காலை ஊன்ற முடியாமல்
நொண்டிச் செல்கிறது.
அங்கீகரிக்கப்பட்ட அதனுடைய கம்பீரம்,
அதன் எஜமானனிடம் அடைந்திருந்த அந்தஸ்து
ஒரு வலியின் நடனம் அந்த நடை என
அதைப் பாசாங்கு செய்ய வைத்திருக்கிறது.
துப்பாக்கி ரவைகளின் தூரம் குறைவதை
அது தவிர்க்கவும் விரும்புகிறது.
பந்தயத் திடல்களில் ஓட்டம் அலுத்துவிட்டதை
அது ஒளித்துவைக்கிறது.
எந்தப் பெண்குதிரையும் இப்படித் தன்னைப்
பார்த்துவிடலாகாது என எச்சரிக்கை கொள்கிறது.
முன்கால்கள் தூக்கி கனைக்க விரும்புகிறது.
பராமரிக்கப்படாத பிடரிமயிர் நினைத்து
தன் தாபத்தை அது தவிர்த்துவிடுகிறது.
ஒரு புல்வெளி தன்னை விட்டு விலகுவதையும்
ஒரு வெளிச்சமற்ற லாயம் சமீபிப்பதையும்
மேலுதடு உயர்த்தி அது மோப்பம் கொள்கிறது.

முதல் முறையாக ஒரு குதிரை வண்டிக் குதிரையை
அது அக்கறையுடன் பார்க்கிறது.
ஒரு லாடம் ஏன் முழுவட்டமாக இல்லை என்பது
இப்போது அதற்குப் புரிகிறது.
நீங்கள் அப்படிப் பார்க்காமல் இருந்திருந்தால்
மூன்று கால்களால் விந்திச் செல்ல
அது தயாராகவே இருக்கிறது.
தான் ஒரு குதிரைதான் என்பதைச்
சற்றுமுன் அது முழுமையாக உணர்ந்துவிட்டது

◆

52

காற்றில் நெளியும் அலைகள் உண்டாக்கி
மாம்பழ வண்ண நீள் துகில் ஒன்று
சொப்பனத்தின் முடிவிலி வானத்தில்
பறவையைப் போல அலைந்ததை இந்த
புரட்டாசிக் காலையின் தூறல் நனைக்கிறது.
அதை நெய்தெடுத்த கைகள்,
உடுத்திக் களைந்து நழுவவிட்ட உடல்
இந்த ஈரப் பொழுதில் எதிர்ப்படும் எனில்
இட்டுக்கொள்வேன் சில தயக்கமற்ற முத்தங்களை.

◆